மற்றொரு பக்கம்

செல்வம்

notionpress
.com

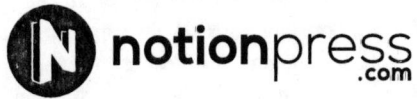

Notion Press

Old No. 38, New No. 6
McNichols Road, Chetpet
Chennai - 600 031

First Published by Notion Press 2017
Copyright © Selvam 2017
All Rights Reserved.

ISBN 978-1-946515-86-5

This book has been published with all reasonable efforts taken to make the material error-free after the consent of the author. No part of this book shall be used, reproduced in any manner whatsoever without written permission from the author, except in the case of brief quotations embodied in critical articles and reviews.

The Author of this book is solely responsible and liable for its content including but not limited to the views, representations, descriptions, statements, information, opinions and references ["Content"]. The Content of this book shall not constitute or be construed or deemed to reflect the opinion or expression of the Publisher or Editor. Neither the Publisher nor Editor endorse or approve the Content of this book or guarantee the reliability, accuracy or completeness of the Content published herein and do not make any representations or warranties of any kind, express or implied, including but not limited to the implied warranties of merchantability, fitness for a particular purpose. The Publisher and Editor shall not be liable whatsoever for any errors, omissions, whether such errors or omissions result from negligence, accident, or any other cause or claims for loss or damages of any kind, including without limitation, indirect or consequential loss or damage arising out of use, inability to use, or about the reliability, accuracy or sufficiency of the information contained in this book.

மற்றொரு பக்கம்

notionpress
.com

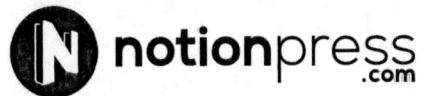

தலைப்பு

முன்னுரை	*vii*
என்னால அவன் வாழ்க்கை	1
பாய் மர படகில் ருதுவானவள்	7
அந்த மூன்று நாள் பயணம்	9
இடது மார்பு	11
தனிமையில் தேடல்	13
காதலன் வாழும் சுகம்	15
என் பெண்மையின் காமம்	18
பெண்வுடல் புதிர்	20
திருநங்கை	22
ஆணானேன் சிந்தனையில் ஓர் நாள் இரவில்	26
பெண்ணின் காதல் நிழல்	28
கணவனின் இரவு பிரியம்	32
இருபதாம் நூற்றாண்டில் ஒரு பெண்	33
மனிதர்கள்	39
கடைசி பேச்சுவார்த்தை	42
பூக்களுக்கு கட்டளை	44
தோழி	46
இரண்டு முறை மரணம்	49
தமிழச்சி	51
இயற்கை மேகங்கள்	52
மலடி	55

தலைப்பு

உனக்காக	57
எதுகை - மோனை	58
தண்டவாளங்கள்	60
மரம்	61

முன்னுரை

மனதில் ஏங்கியது தேங்கியது வெளிப்படையாக சொல்ல முயற்சிக்க வில்லை சொல்லி விட்டேன். பெண்மையில் மறையும் ஏராளமான விஷயங்களில் சிலவற்றை மட்டுமே கவிதையாக கொடுத்து இருக்கிறேன். ஆனால் இந்த புத்தகம் முழுவதும் பெண்மை பற்றியேதான் இருக்கும் இது என்னுடைய முதல் படைப்பு எனக்கு வாசகர்கள் கிடைக்காமல் கூட போகலாம் நான் வருந்த மாட்டேன் உண்மையை உலகுக்கு சொல்லி விட்டேன் என்று சந்தோஷப்பட்டு கொள்வேன் கர்வம் கொள்ள மாட்டேன். என்னால அவன் வாழ்க்கை, தனிமையில் தேடல், எழுதும் பொழுது தன்னை அறியாமல் கண்ணீர்த்துளி பூமியில் விழுந்து தடையம் விட்டு மண்ணில் மறைந்தது.

இருபதாம் நூற்றாண்டில் ஒரு பெண் தலைப்பில் அவள் வாழ்க்கையை எழுதி விட்டேன் பார்க்கத்தான் முடியவில்லை முயன்று கொண்டு இருக்கிறேன். சில வருடங்களாக எனக்கு நடந்தவைகளும் என்னை சுற்றி நடந்தவைகளுமே இந்த கவிதை தொகுப்பு.

செல்வம்
16.11.2016

முன்னுரை

என் உள்ளத்தில் தூங்குபவன்
மார் மீது தூங்காதவன்

செல்வம் திருவண்ணாமலை மாவட்டம் சீராம்பாளையம் எனும் கிராமத்தில் பருவதமலை இயற்கை சாரலில் காற்றை சுவாசித்து வருகிறான். பிறந்ததும் அங்கு தான். படிப்பின் மீது ஆர்வமும் மோகமும் கொண்டவன் பணம் இல்லா காரணத்தால் எட்டாம் வகுப்போடு நின்றான். கீழ் இருக்கும் துண்டு பிரசுரங்களை பொருக்கி படித்தவன். பிறகு அவனோட அம்மா பார்த்தலோ என்னவோ இவன் தவிப்பதை நீ படிக்க போ என்று கால் கொலுசை மரையை திருகி எடுத்து கையில் கொடுத்து அனுப்பி இருக்கிறாள் அடகு வைப்பதற்கு. பத்தாம் வகுப்பு முடித்தான். பிறகு அதை (கொலுசு) மீட்டு எடுக்க வேலைக்கு புறப்பட வேண்டியதாயிற்று. நான் நன்கு அறிவேன் ஏக்கத்தில் முக்குளித்தவன் அவனுக்குள் ஒரு தீ எரிந்து கொண்டு இருப்பதை உணர்ந்திருக்கிறேன். அடிக்கடி நான் பார்க்கும் பொழுதெல்லாம் தனிமையை கட்டி பிடித்து கொண்டு வாழ்ந்திருக்கிறான் நான் கண்ட ஆண்களிலே அவன் வேறுபட்டு இருந்தான் கழுத்துக்கு கீழ் பார்த்துப் பேசும் ஆண்களில் இவன் கண் கரு விழியை பார்த்து பேசியவன், என் உள்ளத்தின் பெண்மையை உருகுலைத்தவன். ஒவ்வொரு முறையும் பெண்மையின் ஆற்றங்கரையில் கால் நனைக்க அவன் வரவில்லை. அவள் ஆசைகளை, ஏக்கங்களை என்னும் ஒருவனாய் சிந்தனையில் அமர்ந்திருப்பான். எனக்குள் ஒரு சில நினைவுகள் அவனை நினைக்கும் பொழுது மெய் சிலிர்க்க வைக்கும். ஓர் நாள் நிறுவனத்தில் வேலை முடிந்து புறப்பட்டுச் செல்லும் போது மழை பெய்ய தொடங்கிவிட்டது நிற்க்காமல் பெய்ய நான் வெளியே ஓரம் வழியில் காத்து கொண்டு இருந்தேன் மழை நிற்க்கும் என்று. அவன் என்னிடம் ஏன் புறப்பட வில்லையா என்று கேட்டான் என்னைப் பார்த்து என் அருகில் வந்து நான் புறப்படுகிறேன். எனக்கு நிறுவனத்தோட பேருந்து இருக்கு. நீ மழையில் நனைந்து கொண்டு எப்படிப் போவ என்னோட துப்பட்டாவை எடுத்துக் கொண்டு போ என்று சொன்னேன் மார்மீது இருக்கும் துணியை எடுத்து நீட்டிய படியே

அந்த நிலையிலும் என் கண்னை விட்டு அவன் கண் நகராமல் இருந்தது எனக்கு இன்றும் வியப்பே!

தமிழ் மீது தீராத அன்பு கொண்ட அவன் தமிழில் புத்தகம் ஒன்று எழுதி இருப்பது எனக்கு ஆச்சரியம் அல்ல. இது அவனுடைய முதல் புத்தகம் பெண்மைப் பற்றி புரிந்து கொண்டவன் என் உற்ற அன்பு தோழன் புத்தகங்களை நேசித்தவன் அதோடு கை கோர்க்க போகிறான் அதோடு வாழப்போகிறான் அவனைப்பற்றி இன்னும் ஏராளம் சொல்லலாம் என்னால் முடிய வில்லை கண்களில் நீர் வழிகிறது அவனை நினைத்து நிறுத்தி கொள்கிறேன்.

இப்படிக்கு
எஸ். சுபா

என்னால அவன் வாழ்க்கை

உயிலானது உயில் எழுதி
வைத்தவரது உள்
எணண்த்தை
சட்டப்படி அறிவிப்பதற்க்காக
மட்டுமே!

பூர்விக மண்ணை மட்டும்
எழுத பயன்பட்ட
உயில்
என் மனதை
எழுத பயன்படட்டுமே!

வாச கதவை மூடி
மன கதவை துறந்தேன்
வாசலில்
அறுத்து விட்ட
காதல் தாலடிகள்
மனதை குத்துகிறது.,

அவன் நினைவுகளில்
இறங்கும் பொழுது
நிகழ்காலம்
மறந்து

நான் மறுமுறை
பனைவண்டி ஓட்டி
செல்ல!

எனக்கென வாழ்ந்தவன்
மடந்தைப் பெண்கள்
அவன் பின்
வலம் வந்து
காதலை
உரைத்தப்போதும்

என் கருவும்
அவன் உயிர் அணுவும்
சொல்லும்
ஓர் வார்த்தையாய்

தனியாத காம துன்பத்தில்
மௌனம் கொண்டா
தாகம் தீர்ப்பேன்
அவன்
அறிவான மௌனம்
பெண்ணை
எரிதழல் மூட்ட செய்யும்
என
சொல்லிவிட்டேன்.

மாலை வேலையில்
மலை மீது
கரைந்து ஒழுகும்
சூரியன் சத்தம்
என் கண்கள்
கூர்ந்து கேட்க!

இரவின் மடியில்
ஒலிந்து ஒலிந்து
மலரும் அத்தி பூ
அவன் காதுக்கு
தெரியும் வேலையில்
என் வார்த்தை
காயங்கலால்
அமரா பரணனான்!
அவன்

அதிர்ச்சி கொண்டு
கண்ணீரில்
வருகையிட்டேன் காதலை
அவன் அதில்
சந்தோஷமாய் நீந்த...

பெண்ணை துகிலுருந்த
ஆணினம் அல்லவா
அவனும்
சிந்தனயை துகிலுருத்தேன்

அன்பின் அம்பு
பார்வையில் அவன்
எய்த போதெல்லாம்
ஏந்தி கொள்ளவில்லை
நானோ!
விலகி ஓடினேன்
என் பாதம் பதிந்த வீதியில்
அவன் பாதம் பதிகிறாதா
என அறிய!

பிரபஞ்சத்தின்
விதையானவள்
நான்
வேர் அறுத்த பின்னும்
வாடாமல்
பூப்பெழிதிய மலர் எனும்
ஆணவத்தில்

காதலை துறந்து
காவியில் வலம் வந்தான்
இல்லறத்தை துறந்து
துறவரத்தில் முடி சூட
தோற்று போனான்
அவன்
கடைசியில்
வாழைக்கு தாலி கட்டியதால்...

மயானத்தில்
மண்ணில் மறைந்து
மண்வாசம் நுகர்ந்து
தவம் புரியும்
மன்னவனே!
என்னை மன்னித்துவிடு
எனக்குள்ளும்
ஓர் இதழ் தாமரை மலர்ந்து
விட்டதடா
பாசிப்படிந்த குளத்தில்.

ஜென்மங்கள் (பிறப்புகள்)
தொடரும் பொழுது
காற்றில் கூட விரிசல்
வீழுந்து விடும்
அன்பே!
மண்ணில் நீ
மறைந்தாலும்
நீரின் ரேகையாக
போர் தொடுப்பேன்
உன்
பாத ரேகை அறிந்து
விரிசல் இல்லாமல்

நீ என்னை
காணும் பொழுதெல்லாம்
என் புன்னகையை உளி
கொண்டு
வடித்து வைத்ததில்
வெட்கப்படுகிறேன்
தலை குனிந்து

வாழ்க்கை சமுத்திரத்தில்
கடுகு அளவு விழுந்தாலும்
அது துன்பமாக
இருக்கட்டும்
அதில் நீ
வாழ்வாய் எனில்
நானும் மண்டியிடுகிறேன்.

பாய் மர படகில் ருதுவானவள்

வலைகள் எல்லாம்
தண்ணீரில் துழில் கொள்ள!
பதினாறு வகை காற்று
பருவமேடு இல்லா
மார்போடு உரசி செல்ல!
துண்டு பீடியில்
வெப்பம் மேற்றிக் கொண்டு
தந்தை அருகில்
அமர்ந்திருக்க...

தன்னை அறியமல்
உடல் தல்லாட கண்டேன்
தனிமையில்
எங்கு
ஓடி ஒளிவேன்
பாய் மர படகில்

வலியில்
அழுது விட்டேன்
இரத்தம் கடலில்
கலக்கும் பொழுது

கரையை எட்டி
உதைத்துவிட்டு கடலுக்குள்
வந்த கட்டு மரம்
எப்பொழுது
ஆழம் குறையுமோ!
கோபம் தணியுமோ!
கரை சேர...
தந்தையிடம் எப்படி
சொல்வேன்
நான் ருதுவானதை
காது கேளாதவர் அவர்!

அந்த மூன்று நாள் பயணம்

வனவாசம் போக சொல்லும்
பாண்டவர்களை போல
தலை மறைவாக
முதல் நாட்களுக்கு
முந்தைய நாள்
என் மனசு...

வாழ்க்கையில்
பல இன்பத்திற்கு
ஆணிவேராக இருந்தாலும்
பெண்ணாக
பிறந்துவிட கூடாது
அடுத்த ஜென்மத்தில்
என
கிழிந்து வரும்
என் அடிமனது
இரத்ததோடு வெளியே
முதல் நாள்.

பொறுமைக்கு எல்லையுண்டு
என - எவர் சொன்னார்
பொறுமைக்கு எல்லையே
இல்லை
பெண்ணினம் சொல்லும்
இரண்டாம் நாள்:

உடல் அடக்கத்தின்
முழு உருவாமாய்!
புன்னகை
பனி புயலாய்!
பார்பவர்களை ஈர்க்கும்
காந்தமாய்
பெண்மைக்கே உறியவளாய்
அழகின் சிற்பமாய்
கரைந்தோட கூடும்
மூன்றாம் நாள்!

வன வாசம் முடிந்தது
தனிமைக்கு அன்புரைத்தேன்
நாட்களுக்கு நன்றுரைத்தேன்
மாதத்திற்கு மூன்று முறை.

இடது மார்பு

வெங்கதிர்கள்
நுழைய இயலாத
பசுங் கொடிகள்
அடர்ந்து படர்ந்தவை
பிரகாசமாக
அனைவருக்கும்
துணிப்பந்தல் நிழலிலே...

கண்ணகியின்
ஒருவளின் இழப்பை
ஈடுகட்ட
அனைவருக்கும்
இயற்கையானதா இடப்பக்கம்
இது தான்
உண்மையா!

உலகுக்கே இயற்கையானலும்
எனக்கு மட்டும் தான்
என
கடல் அலை கரைதழுவது போல
வலி
இடைவிடாமல்

மனதை தழுவி
அறித்து செல்கிறது
என்ன
செய்வேன்.

பருவ மழையை
காற்று சிற்பம்
செதுக்கும் வேலையில்
என் கருங்கூந்தல்
வாய்யில்
மல்லிப்பூவை
அடைத்து

பச்சை தாவணிவுடுத்தி
தேகத்தின் விரிசலில்
என் தாவணி
விலகி ஓட
மழையில் நனைந்தபடியே
கோயில் சிற்பங்களை
எல்லாம் பார்த்து
நிஜமமென நினைத்து
ஏங்கி கற்பனையில்
தோய்ந்து
செல்கிறேன்
கோபுரவீதியில்
பருவ வயதில்.

தனிமையில் தேடல்

நெல்பயிர்
நடவுக்கு சென்றவள் முதல்
வேர் கடலை
வேர் அறுக்க சென்றவள் வரை!

பதினெட்டு பட்டியில்
எட்டுப்பட்டியில்
இவள்
சோக அலை அடித்து
கொண்டே இருந்தது...

ஏன்டி கண்ணம்மா
அந்த கட்டையில்
போறவன்
பத்மாவை அடிச்சுட்டானாமே!

ஆமாம் அக்கா
பின் பக்கமா வந்து
அடிச்சுட்டானாம்
என் ஈரகொல நடுங்குது
அத கேட்டாலே

தகப்பன் இல்லாதவன்னு
கல்யாணத்த
முன் நின்று
செய்து வச்சவ அவ!

கட்டினவன் கல்லு போதையில்
வீட்டு வாசபடியில்
விழுந்து கிடந்தான்
என்ன பிரயோஜனம்
கட்டினவன் இருந்தும்
பதினோறு தையில்
போட்டு இருக்காம்

அடிப்பட்டு
அரைமணி நேரம்
துடி துடித்து அழுதிருக்க....
இரத்தத்தில் கண்ணு தெரியாம
மனுசங்க வந்தாங்க
மனசு
உள்ளவங்க யாரும்
வரல காப்பாத்த

அவளா எழுந்து போயிருக்க...
ஆஸ்பத்திருக்கு
இரத்தத்தில் நீந்தி
மகள கரையேத்த...

காதலன் வாழும் சுகம்

நொடிப் பொழுதில்
கர்ப்பம் தரித்தேன்
மனதில்
மடியேந்தாமலே!

பூக்களின் வெட்கமாய்
என் மனதில்
தெளித்து விட்டேன்
ஆழ்மனது வெளிமனது பாராமல்
அவன் நினைவை

என் வாழ்நாள்
மலை ஓடையில்
மண்ணை சேரும் காலம்
வரை
இதயத்தின் இறப்பின்
துடிப்பின்
இடைவெளியில்
வாழ்கிறான் (வாழ்வான்)

துடிப்பதெல்லாம்
தாய், தந்தைக்கு
இறப்பதெல்லாம் காதலனுக்கு

மண்ணை சேரும் காலம்
மட்டும்
உடல் கணவனுக்கு
இதில் மாற்றம் எதுவும்
இல்லை

கண்ணீர் கங்கையில்
திதி கொடுத்து
மௌனத்தில் கரைக்கிறேன்
உள்ளத்தில்
செம்மண்
புழுதியில் மறைந்த
என் காதலை
நினைக்கும் பொழுதெல்லாம்

ஓர் நொடி
அவன் வாழ்வை உங்களுக்கு
சொல்லட்டுமா?

என் கொலுசின்
துகளை
நெஞ்சில் சுமந்தவன்
வாழ்நாள்
முழுவதும்
காற்று வாசத்தை
சுமப்பது போல...

வாழ்க்கையை அடகு
வைத்து ஓடும்
சமூகத்தில் ஒருவனாய்
அவன் இல்லை

பெண்மையின் ஆற்றங்கரையில்
அவள் ஆசைகளை
எண்ணும்
ஒருவனாய் இருந்தான்

வறுமையின் மார் அனைப்பில்
தோல்வியின்
மடியில்
அழுத பொழுதெல்லாம்
எனக்கு
சுவாசமாக இருந்தவன்
அவன்
அதை ஈடு செய்ய
என்ன செய்வேன்
அவன் பெயரை
என் பிள்ளை வழியில்
நினைப்பதை
தவிர.

என் பெண்மையின் காமம்

என்னிடம் இருந்த
ஏக்கம்
கண்ணில் தென்பட
மனதில் வோருன்றி
பெண்மையின் வாசல்
காமத்தை
தெளித்துவிட சொல்ல...

வார்த்தையால்
வாசல் தெளிக்க
மண்ணில்
விழும்
நீர் துளியாய்
என் மனது
இடம் தவறி விழுந்து
எங்கு
தெரிக்கப் போகிறதோ....

காமமே கிளர்ந்தெழதே
காதல் உரமாகும்
நட்பு மரணமாகும்
மனதின்
குடிசையில்
ஆழத்தில் அமர்ந்திரு

இதயத்தின்
ஏடுகளை கிழித்தெரிவேன்
ஏடுகள் அல்ல
என் மனது கிழித்தெரிய!
வெள்ளை அடித்த
சுவர்
தினம்
ஒரு வண்ணம் - என்
ஆடை போலவே....

என் சுவரில்
காமத்தை எழுதியவன்
எவனோ?
தொடுகையால் பரவ
செய்யாமல்!
வார்த்தையால் கிளர்ந்தெழ
செய்யாமல்
அழிப்பவன் எவனோ?
முடியாமல் தவிப்பேன்
பௌர்ணமி நாளில்
அதிகமாய்.

பெண்வுடல் புதிர்

கரிசல் காட்டு
மண் போல
வர்ணம் பூசிக் கொள்ளுதே
எப்பொழுதும்
உடல்
எனும் உலகத்தில்
வானம்
எனும் நெஞ்சில்
என்னென்ன விளையுமோ?
என்னென்ன பயிரிடுமோ?

இமை பிளவுப்பட்டே
கிடக்கும்
விரிசல் ஓடின!
செவ்வாய்யின்
இரு
நிலவுகளாக...
இருபத்தேழு பார்வையை
உள்ளடக்கி

ஒருவன் உண்டாலே
அழகு
கிழிந்து போகட்டும் பிரம்மா!
முக்காடு சென்று
முகம்
இடுகாடு திரும்பும் வரை...

இளையுதிர் காலத்தில் கூட
நினைவலைகள்
உதிர்ந்து போகாமல்
மறைந்து
இருக்கட்டும்
பெண்வுடல் புதிறாக.

திருநங்கை

வலியை நீட்டித்த
நிமிடங்களை எல்லாம்
நிதானமாய்
ரசித்தேன்
வார்த்தைகளை கோர்த்து
கடந்து போகதேன்னு
உரைத்தேன்
காலங்களை
வார்த்தை வளர்ந்து போக...

ஆடவருக்கும் பெண்டிருக்கும்
தத்துவங்களும் போதனைகளும்
எழுதிவிட்டு கடந்தவர்கள்
சொல்லிவிட்டு பறந்தவர்கள்
யாரேனும்
சொன்னார்களா!
என்னைப் பற்றி
இல்லை

என்னை
ஒதுக்கி வை என்று
தான்
சொன்னார்களா!

ஒதுக்கி
வைத்த பிறகும்
என்னை வாழ விடாமல்
தடுப்பது ஏனோ
எனக்காக யார் குரல்வளையழும்
துடிக்க வில்லை
எனக்காக யாருடைய
சிந்தனையும்
இங்கு
உதிரவில்லை...
அதற்கான தடையமும்
இல்லை.

நான் வாழ்ந்தால்
உங்கள் நிழல்
உங்கள்
கழுத்தை நெரிக்கிறதா...

பல வருடங்களுக்கு
முன்
தோன்றிய
தமிழில் இருந்து
கடைசியாக தோன்றிய
மொழி வரைக்கும்
என்னை இழிவுப்படுத்துங்கள்
என சொல்லிருக்கா (பதிவு இருக்கா)

பெண்ணின் சினை முட்டையை
தேடி ஓடுகிற
விந்து
விதியை
தீர்மானிக்கின்ற
நாற்பத்தேழும் சீறாக்கி
கொண்டு
பிறந்திருந்தால்
என்கரு மேகத்திலிருந்து
நீர் வழிய (கண்ணீர்விட)
அவசியம்
இருந்திருக்காது

கண்ணீர் நதி
கண்ணத்தில்
பாய்கிறது தினமும்
முந்தானையில் முடிந்து
வைத்த
கேலிவார்த்தைகள்
மௌனம்
போதிக்கிறது

ஓலைச் சுவடிகளாக
ஓர் நாள்
வாழ்க்கை மாறும்
அர்த்தமுள்ளதாய்
என்னை
புறம் தள்ளாதீர்

குளிரில் வாழும் உயிர்
வெயிலில்
சுகப்படட்டும்
வெயிலில் வாழும்உயிர்
குளிரில்
சுகப்படட்டும்
என்
உடல்
சுகத்திற்காக
படைக்கப்பட்டதல்ல!

அளவில்லா தூரம் சென்றும்
நான்
கானாத அந்த நாள்
இது வரை
திறக்கப்படாத என்னுடைய
நாட்களுக்காக
காத்திருக்கிறேன்

ஆணானேன் சிந்தனையில் ஓர் நாள் இரவில்

காதலித்த கணம் எல்லாம்
என்னுள்
பிராயாணப்பட்டேன்
காயம் பட்ட கனவை
இதயத்தில் சுமந்தேன்

அவள் மேல் விழும்
பனித்துளி
என்
இதயத்தை சூழ்ந்தது போல
இரத்தம்
உறைந்து போக
துடித்தேன்

மார்கழியில் பூத்த
பூவை போல்
வெடித்து விரிந்த
உதடு
என்னை காணும்
கனமெல்லாம் தவிக்கும்
என் அத்து மீறல்
எதிர்பார்த்து
அறுவடைக்கு

இது போலே
என்
இரவு நாட்கள்
அனைத்தும்
நினைவு ஆற்றின் படுக்கையில்
கரை புரண்டோடும்
அவன்
நினைவுகள்
தேகத்தில்
விஷப்பாய்ச்சல்
பரவுவது போல
வித விதமாக...

பெண்ணின் காதல் நிழல்

கண்ணீர் விட்டு களைந்து
போக கூடும்!
எனது நெஞ்சில்
உன் நினைவுகள்
களைந்து போக கூடுமா?

சாலையோரம்
பறவையின் சிறகுகளா
நான்
காற்று வீசும்
பக்கம் போக
காதலாகுமா? அவை!

ஒவ்வொரு காதலும்
ஒரு வாசம்
நம் காதலின் வாசம்
நுகர்ந்தவள்
நான்
வாசம் காற்றோடு சேரும்
காற்று என் மூச்சோடு
சேரும்...

காதலனே
ஆட்கொண்டு விட்டேன்
உன்னை மூச்சாக
பிரிக்கவும் இயலாது
வாசம் காற்றோடு சேர்ந்ததையும்
காற்று
என் மூச்சோடு சேர்ந்ததையும்
புரியுமா...? உனக்கு
வார்த்தையால்
சொல்ல
முற்பட்டு விட்டேன்
என்றோ
மௌனம் குறுக்கிட்டது
களைத்தெரிந்தேன்

வெட்கம் உருக்குளைத்தது
உடைத்தெரிந்தேன்
அருகில் வர
தயக்கம்
மீறி வந்தேன்

பயம் வாடகைக்கு
வந்த மாயம்
உன் நிழல் தொட
முடிய வில்லை

எப்படி சொல்வேன்
என் காதலை
உன்
அருகில் வந்து

நம் நிழல் தொடும்
தூரத்தில்
என் மனதயே
திரையிட்டேன் (காட்டினேன்)
பார்த்தாயா...

எப்போது புரியும்
உனக்கு
நீயே சொல்லி விடு
வந்து
காத்திருக்கிறேன்.

என்
காத்திருப்பு
வார்த்தையால்
வர்ணிக்க முடியாத
வலி கொண்டவை
எழுதி விட்டால்
எழுத்துகள்
கண்ணீர் வடிக்கும்
தாங்குவேன்

நீ சொன்னால்
என் காதல்
நிறைவேறும்
இல்லையெனில்
என்
உள்ளம்
உள்ளுரும் ஆழம் பெறும்.

கணவனின் இரவு பிரியம்

அருகம்புல்லே,
பனி துளியின் மீது
எவ்வளவு அன்பும் பிரியமும்
கொண்டாய் நீ,
சொல்வாயா......?
எனக்கும் கொஞ்சம்

என் (னை) மகனை
சுமந்த
என்னவளை
ஈரேழு ஜென்மமும்
சுமக்க (கிடைக்கா)
விட்டாலும்
இவ்வொரு ஜென்மம்
கிட்டியதை
ஈறுரேழு ஜென்மம் போல்
கருதி
நாளை முதல்
உன் பாட சாலைக்கு
வருகிறேன்.

இருபதாம் நூற்றாண்டில் ஒரு பெண்

தனிமையின் அளவு கோள்
தெரியுமா?
கீதையில் அத்தியாயங்கள்
எத்தனை தெரியுமா?
பாரதப் போர்
நடந்த நாட்கள்
எத்தனை தெரியுமா?
விடையின் வயதில்
நான் கண்டேன்
அத்தனையும் பள்ளிக்கு
செல்லாமல்

பலகோடி பேருடைய
வாழ்க்கையில்
மூன்றாம்படி
எது
தெரியுமா?

என்னுடைய வாழ்க்கையில்
நான்கு படிகளே
இல்லை
சிதைத்தது
யார் தெரியுமா?

வானில் பறக்கும் பறவை
காற்றில்
தடையங்கள்
விட்டு செல்லவில்லை
மண்ணில்
தடையங்கள்
இருந்தாலும் அவை
நிலைப்பதில்லை
தெரியுமா?

கருடனை ஊர்தியாக
உடைய
திருமாலுக்கும்
இமைப்பில் நாட்டம்
எட்டினைக் கொண்ட
பிரம்மனுக்கும்
பொருந்துகின்ற
தோல்
வலிமையெல்லாம்
எனக்கில்லை தெரியுமா?

மண்ணுக்குத் துன்பம்
உண்டாகப்புகைக் கொடி
தோன்றியது போல
அழகிய
மேலையணிந்த
மங்கையில்
வளர்வது காமம்
பெரும் துன்பம்
உடலை
சின்னா பின்னமாக்கும்
எப்படி கடந்தேன்
தெரியுமா?

மூன்றுயெழுத்து மன்னவன்
உணவளித்த
உத்தமன்
விழுந்த நாளில்
வீதியெல்லாம்
பூத்த வேலையில்
நானும் மலர்ந்தேன்
வாடா மலராய்

நெய் வாசம் வீசும் தீ
அவர் அவர்
வாழ்வில்
இருமுறை வீசும்
அதில் ஒன்று நுகர கூடும்

மற்றொன்று நுகராமல்
இருந்தால் ஒழிய
நடக்க கூடும்
நான்
எதையுமே சுவாசிக்க வில்லை
தெரியுமா?

என் தனிமை
எதை தேடியதோ
என்
உள்ளம்
எதை கண்டு கொண்டதோ
இப்பிறப்பில்
திருமணம் ஆகாமல்

நால்வரோடு பயணப்பட்ட
என் வாழ்வு
ஐந்து குறிஞ்சி மலர்
கொண்டது
என் வயது

ஒன்றை மட்டும்
அறிந்து கொண்டேன் - ஒரு
பெண்
கூட்டு குடும்பத்தில் தனிமையில்
வாழ்ந்து
கன்னி தன்மையோடு

இறந்தால்
அதை விட வேதனை
பெரியது அவளுக்கு
இருக்காது
என
அறிந்து கொண்டேன்

துருப்பிடித்து போன
நெஞ்சாங் கூடு
தலை மீது
எப்பொழுது விழுமோ!
என?
வெதும்பும்
இதயம்

உயிர் அச்சாணி
எங்கு
அடிக்கப்பட்டு இருக்கிறதோ
என?
தேடித் தேடி
சுண்டிப் போன இரத்தம்.

என்
மனதின் காட்டில்
ஓர் ஆடவனையும்
அனுமதிக்கவில்லை
என் தாய்

ஏக்கங்களும், பரிதவிப்புகளும்
ஆசைகளும் கொண்ட
முள் புதரை
வெட்டி வேர் அறுத்து சாய்க்க
இன்னும்
சில தினங்களில்
ஓர் ஆண் மகன்
வருவான்
உயிரை கட்டி இழுத்து
கொண்டுபோக...

மனிதர்கள்

மனிதர்கள் எல்லாம்
ஒன்றுப்பட்டவர்கள் அல்ல!
கரையான்களும் கூடி வாழும்
காக்கையும் கூடி உண்ணும்
மனிதன் மாட்டான்

அண்டம் ஒன்று தான்
திசைகள் ஒன்றல்ல!
உடல் அம்சங்கள்
ஒன்று தான்
தலையெழுத்து ஒன்றல்ல!
தோல் ஒன்றுதான்
கை ரேகை ஒன்றல்ல!
நாக்குக்கும்
ரேகையுண்டு அதுவும்
ஒன்றல்ல!

மனிதர்கள் எல்லாம்
ஒன்றுப்பட்டவர்கள் அல்ல!

பழிவாங்கும் மிருகத்திற்கு
சிவப்பு இரத்தம்
ஆக்டோபஸ்க்கு நீல இரத்தம்

வெட்டுக் கிளிக்கு
வெள்ளை இரத்தம்
உயிர் மட்டும் தான் ஒன்று
அனைத்திற்கும்
நிறங்கள்
வெவ்வேறானவை!

இரகசியத்தின் சின்னம் ரோஜா
வாழ்வின் இரகசியம்
ஞானத்தில் தெறியட்டும்
என்று தான்
கண்ணை திறக்காமல்
படைத்தான்
இறைவனும்
இடைப்பக்கம்
இடைஎலும்பில்
ஒருவளை

அவள் சொல்லுக்கு
செவிசாயாமல்
இருந்திருந்தால்
வெட்கம்
தடுப்பு சுவர் தேடி இருக்காது
மொழியின் கால்களுக்கு
மானம்
பிறந்திருக்காது
தனித்தனி அறை

மனிதனை கொண்டு
கட்டப்பட்டுருக்காது
ஜாதி, மதம்,
இருந்திருக்காது
பிரிவினை உதிர்ந்திருக்காது
துணைக்கு வந்தவ
உலகம்
துண்டு துண்டாக போக
சாபம் வாங்கி
சாபமிட்டாலோ...

கடைசி பேச்சுவார்த்தை

உனக்கு தெரியுமா? காதலி
உன் கரு விழியில்
வெடித்த காதல்
என்
மனதின் இருளில் அழுத துளியின்
ஆழம் அறிவேன்
காரணம் அறியேன்

இக்கண நேரத்தில்
சேர்ந்தோமானால்
இருவரும்
தனி தனியே
இறந்தோமானாலும் இருவரும்
தனித் தனியே
பிரிந்தோமானால்
மட்டும்
இருவரும் ஒன்றாவோம்
காதலியே...

உனக்கு புரியுமா? காதலா
உதிர்ந்து விட்ட
பூக்களுக்கு மகரந்த சேர்க்கை
நடைப் பெற்றிருக்கும்

பரித்துவிட்ட பூக்களுக்கு
மகரந்த சேர்க்கை
நடைபெற்றிருக்குமா?
உள்ளத்தின் இரகசியம்
உயிர் அறியும்
உயிரின் இரகசியம்
உள்ளம் அறியுமா?
வாழ்நாள் கடைசி
நொடியை தொடாமல்,

இதயம்
தாங்க முடியாததை
எல்லாம்
எழுத்துகள் சுமக்கும்
எழுத்துகள் சுமப்பதை எல்லாம்
மனது தாங்காது
எழுத்துகளாய் வாழ்வோம்
இதயங்காளாய் உரு கொண்டு...

ஒருவரை ஒருவர்
புரிந்து
பிரிந்து கொண்டோம்
ஒரு நன் நாளில்.

பூக்களுக்கு கட்டளை

ஆழமான நீரில்
பூக்கும்
செங்குவளைப் பூவும்
உன்னைக் கண்டு
அஞ்சும்
ஏய் பெண்ணே!

உயிரை பிரித்து
என் உடலை உதரிவிட்டு
நார் தொடுத்து
சுமந்து செல்பவளே!

நான் அழும் அழுகுரல்
திரையாக
சுமந்து வந்த கீழ் காற்று
உன்
நாசியில்
உரசவில்லையோ

மலையும், வான்மேகமும்
கதிரவனை
போட்டி போட்டு விழுங்கி
முடித்தவுடன்

உலகில் முதல்
எவன் ஒருவன்
இள நிலவில் வாசம்
வருவதாய்
அன்னார்ந்து நுகரும்
அவ்வேலையில்

என் தண்ணீர் நாளங்கள்
சுருங்க
கண்ணீர் மல்கி!
அழுது
இரத்த நாளங்கள்
உருமாற துடிக்கும்
அப்பொழுது
என்
இரு வகை
துன்பங்களையும்
என்
பிறப்பின் அர்த்தமும்
அன்னையானவளுக்கு
உரைக்க வேண்டும்

பூக்களுக்கு தேவதையான
ப்ளொரா வின்
கட்டளை
சேர்ப்பாயா,
அன்னையின் காலடியில்...!
என்னை.

தோழி

இமை தென்னங்கீற்றை
பின்னி இதயத்தில்
அமர்ந்தவள்

என் புரிதல் அவள்
புரிதலில்
மாறுபட்டிருந்தால்
அவள்
கட்டுப்பாட்டின்
எல்லைக் கோட்டை - நான்
தாண்டும் போது
அவள்
கோபமடைவாள்

என் வெகுளி தனமான
அன்பை
அவள் மீது
விரித்து வைத்திருகிறேன்

எவனோ
கிழிக்கப்படும்
ஏடுகளே என் வாழ்கை
தினம் தினம்

எனக்கு தெரியாமல்
வாழ்ந்து போகிறேன்
உண்மையாய் மட்டும்
அது போல
இருக்கட்டும் இதுவும்
தன்னைப்பற்றி
சொல்லி
அனைத்து கொள்வதில்லை
நட்பு

மழை பெய்தவுடன்
மண்ணை கேட்காமல்
வெளிவரும்
வாசம் போல
இருக்கவேண்டும்
நட்பு
தன்னை அறியாமல்

நாள் தோரும் படரும்
உன் நினைவுகள்
அதிகாலை
கோலத்தின் முன் ஈரமாய்
மனதில்

நொடி நொடியாய்
தொடர்ந்தாலும் சலிக்காது

என் அறியாமையை
விளக்கியவள் நீ
உன் அன்புக்கு
அடிமையானவள்
நான்

நீ
வார்த்தை வாளால்
வெட்டினாலும்
அடுத்த அடுத்த நொடியும்
தொடரட்டும் உன்னோடே.

இரண்டு முறை மரணம்

பறவை கூடு செல்லும்
வேலையில்
வளர்ந்து வரும்
நிலவிடம்
சொல்ல வில்லை
மடிந்து விடும் மலர்களிடம்
அல்லவா
உரைத்தேன்
என்
காதலை
தோல்வியில் ஆர்வம்
கொண்டமையால்

மலர்கள் மடிந்தாலும்
மடியேந்தி
தாவி அனைக்கும்
காற்றை போல
மண்ணை சேரும் வழியில்
அவன்
பூ கோலமிட்டு
அல்லி அனைத்தான்!
மா கோலமிட்டு
தாவி அனைக்க
வாடுகிறேன்

காதலித்தவள் எல்லாம்
ஆதாமானாள்
காதலித்தவன் எல்லாம்
ஏவாளானான்
மனதை
ஒன்று சேர
தொலைத்த மாத்திரம்.

தமிழச்சி

அல்லியும்
ஆவாரம் பூவும்
இடுப்பில் தைத்து
ஈர்ப்பு அதன் மீது இல்லாமல்
உந்து விசையோடு செல்லும் என் நிழலை
ஊர் செல்லும் முன்
எட்டி கழுத்தை பிடித்தாக பிடித்த களிப்பில் நான்
ஏய் பெண்ணே? என வினாவோடு ஒன்றிருந்த
ஐயத்தோடு வழியில் ஆடுமேய்த்தவள்
ஒன்றும்மில்ல மௌன புத குழியில் இருந்த குரலை எடுத்து
ஓங்கி ஒத்தையடி பாதயில் வீசினேன்
ஔவைக்கு அக்கா வயதுள்ளவர்கள் கண்டு கொண்டார்
வயதின் மாற்றத்தை
எல்லாமும்...

இயற்கை மேகங்கள்

கற்புடைய மலரை
தேடி தேடி
மனந்து கொள்ளும்
தேனிக்களுக்கு
எத்தனையாவது
பரிசமோ!

வண்டுகளோடு போராடும்
இன்னொரு மலரின்
அழுகை ஒலி

அனுமதி கேட்காமல்
மலைச் சாரலில்
மரத்தின் இலையில்
முத்தமிடும்
காற்று சத்தம்

எண்ணிக்கை வைத்து
கூவும்
குயில் சத்தம்

அடுக்கு மல்லியின்
அடுத்த அடுத்த
பிறப்பிற்க்கான
வேக முழக்கம்

சந்தனமும், ஏலக்காயும்
சேர்ந்து வரும்
வாசத்தில்
ஒன்றோடு ஒன்றாக
கை கோர்க்கும்
மூங்கில் ஓசை
அன்னார்ந்து பார்த்து
கால்
தவறி விழுந்த நான்

என் தாவணி
மண்படக் கூடாது
என
உருவிக் கொண்ட
முள்புதரின் பாசம்

மண்ணில்
விழுந்து கிடந்த
என் மேனியை
ஓடிவந்து ரசித்த
மேகங்கள்

என் இளமார்புகளால்
உழப்பட்ட மண்
கிறுக்கில் என் உடலில்
ஏதேதோ பேசின!
இன்ப சுகம்
என் அடிமனதில்
எச்சில் ஊற.

மலடி

மனதின் கால்கள்
நரைத்துவிட்டன!
வயதின் கால்கள்
ஓடும் முன்னே!

கற்பனையில் கடவுளாக
வாழ்ந்த நான்
நிஜத்தில் மனிஷியாக
வாழ முடியலயே...
தாரமாக வாழும்
நான்
தாயாக முடியலையே...

எத்தனை எத்தனை
கண்ணீர் துளி
வலிகொண்ட
வார்த்தைகளும் தான்
இரண்டு மனம்
மலடியானவளுக்கு மட்டும்

மக்கள் வாழும் மிடத்திலும்
மிருகங்கள் வாழும் மிடத்திலும்
முள்ளாக மரம் போல
வாழலாம்
இடுகாட்டில் சிறு
மலராக வாழ்ந்தாலும்
வார்த்தையால்
அறுத்தெடுக்க
பலபேர்
தேனிக்களாய் நுகர்ந்தெடுக்க
சிலபேர்

என் வழியில்
வந்தவனுக்கு
என் கர்ப்பை கசங்கி
என் வழியா
ஆதாயம் கிட்டுமா!
உயிர் பயம் கண்டு
கதற!

ஏவாள் பெற்ற வரம்
என்னை தொடாமல்
போனது! ஏனோ!
என
வினாவுகிறேன்
வேதாகமம் தொடும் பொழுதெல்லாம்.

உனக்காக

நான்
வேதாலத்தைப்போல்
அன்புதான் கொண்டேன்
அடம் பிடிக்க வில்லை

அடம் பிடித்தேன்
வேதால மரத்தைப் போல
இருக்க!
நீ
காற்றாக இருப்பின்
அனைத்த அனைப்பில்
முறிந்து
மண்ணில் விழ...

எதுகை - மோனை

இன்பத்தில் முக்குளிக்க
ஆசையில்லை
தோல்வியை கட்டி தழுவ
ஆசை

மழை துளியில்
உதட்டு
சாயம் பதிய வைக்க
ஆசையில்லை
மண்ணில் விழுந்து
சகதிகளாக
ஆசை......

அன்பாக பேசும்
இதயங்கள் வேண்டாம்
கண்ணீர் துடைக்கும்
உள்ளங்கள் போதும்
ஆடையோடு
உலா வரும்
பௌர்ணமி வேண்டாம்
தன்னை
நிர்வாணமாக்கி கொண்ட
அமாவசை போதும்

காம தழுவல்
வேண்டாம்
கண்ணால் காத தூரம்
கத்தும்
காதல் உள்ளத்தின்
அரிப்பு போதும்
என்றென்றும்.

தண்டவாளங்கள்

தவிக்க தவிக்க
வீழ்ந்து விட்டன...
தாகம் தவிர்க்க!
நெடு தூரம்
சென்றும்
வழி இல்லையே

இடைவெளியில் வாழும்
இரு
உயிர் கொண்ட
ஓர் உடல்!

முதுகில் முலாம் பூச
எத்தனை நெடு
மரங்கள் தெரியுமா
அருகில்!

பால் வீதியை முட்டும்
நீளம்
என்ன அதிசயம்
பாலைவனத்தின் மத்தியில்.

மரம்

இலைப்பாரி விட்டு போவாயா?
என் இயத்தை
பிளந்து விட்டு போவாயா?
என் மீது அமர்ந்திருக்கும்
பறவையே நீ!....